Impressum
Verlag: BABADADA GmbH, Nedderfeld 112 , 22529 Hamburg
Geschäftsführer / Verlagsleitung: Harald Hof
Druck: Books on Demand GmbH, In de Tarpen 42, 22848 Norderstedt

Imprint
Publisher: BABADADA GmbH, Nedderfeld 112 , 22529 Hamburg, Germany
Managing Director / Publishing direction: Harald Hof
Print: Books on Demand GmbH, In de Tarpen 42, 22848 Norderstedt, Germany

trường học

ቤት-ትምህርቲ

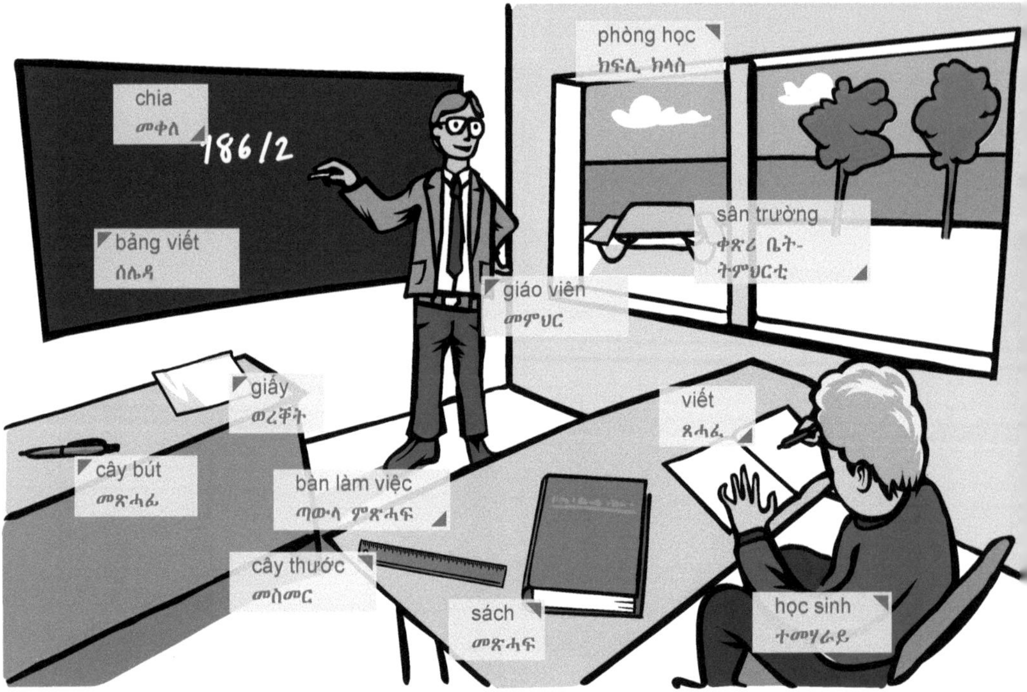
phòng học
ክፍሊ ክላስ
chia
መቀለ
186/2
sân trường
ቀጽሪ ቤት-ትምህርቲ
bảng viết
ሰሌዳ
giáo viên
መምህር
giấy
ወረቐት
viết
ጸሓፈ
cây bút
መጽሓፊ
bàn làm việc
ጣውላ ምጽሓፍ
cây thước
መስመር
sách
መጽሓፍ
học sinh
ተመሃራይ

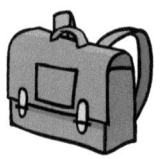

cặp đeo vai học sinh

ሳንጣ ትምህርቲ

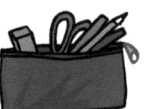

hộp đựng bút

ሰፈር ብርዒ

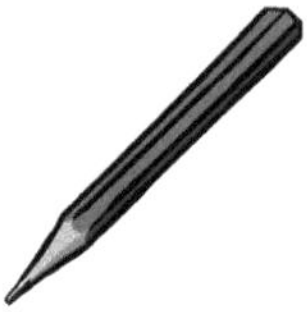

bút chì

ርሳስ

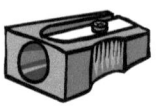

cái gọt bút chì

መብልሒ ርሳስ

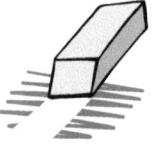

cục tẩy

መደምሰሲ

tập giấy vẽ

ጥራዝ ስእሊ

bản vẽ

ስእሊ

cọ vẽ

ብርዒ ቀለም

hộp mực vẽ

ቦክስ ቀለም

cây kéo

መቐስ

keo dán

መጣበቒ

sách bài tập

ጥራዝ መላመዲ

bài tập ở nhà

ዕዮ ገዛ

12

số

ቁጽሪ

2+2

cộng

መሰኸ

5-2

trừ

ጎደለ

2×2

nhân

ረብሓ

tính toán

ደመረ

A

chữ cái

ፊደል

ABCDEFG
HIJKLMN
OPQRSTU
VWXYZ

bảng chữ cái

ስርዓት ፊደላት

hello

từ

ቃል

văn bản

ጽሑፍ

đọc

አንበበ

phấn viết

ኩርሽ

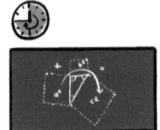

bài học

ሰዓት

sổ lớp

መዝገብ ክላስ

thi kiểm tra

መርመራ

chứng chỉ

ሰርቲፊከት

đồng phục học sinh

ድቢዛ ቤት-ትምህርቲ

giáo dục

ትምህርቲ

từ điển bách khoa

ለክሲኮን

đại học

ዩኒቨርሲቲ

kính hiển vi

ሚክሮስኮፕ

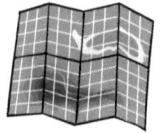

bản đồ

ካርታ

thùng rác giấy

ጎሓፍ ወረቐት

khách sạn
መቀበሊ አጋይ

nhà trọ
ሆስተል

quầy đổi tiền
ቦታ ቅያር ገንዘብ

ROOMS

EXCHANGE

va li
ባሊጃ

xe ô tô
መኪና

ngôn ngữ
ቋንቋ

có / không
እወ / ኖ

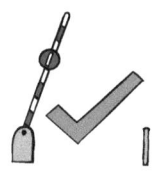

ô kê
ሕራይ

Xin chào
ሰላም

thông dịch viên
አስተርጓሚ

cám ơn
የቿንየለይ

... bao nhiêu tiền?

. . . ክንደይ ዋግኡ?

tôi không hiểu

አይተረድኣኹን

vấn đề

ሽግር

Xin chào! (buổi tối)

ሰላም ምሽት!

xin chào! (buổi sáng)

ከመይ ሓዲርካ

chúc ngủ ngon!

ሰላም ለይቲ

tạm biệt

ደሓን ኩን

hướng đi

አንፈት

hành lý

ጉዓዝ

túi xách

ሳንጣ

túi ba lô

ሳንጣ ሕቖ

khách

ጋሻ

phòng

ክፍሊ.

túi ngủ

ክሻ መደቓሲ.

lều

ቴንዳ

thông tin du lịch

ሓበሬታ በጻሕቲ ሃገር

bãi biển

ገምገም ባሕሪ

thẻ tín dụng

ክረዲት ካርድ

ăn sáng

ቁርሲ

ăn trưa

ምሳሕ

ăn tối

ድራር

vé xe

ቲከት

thang máy

ሊፍት

tem bưu điện

ማሕተም ደብዳበ

biên giới

ዶብ

hải quan

ድንና

đại sứ quán

ኣምበሲ

thị thực

ቪዛ

hộ chiếu

ፓስፖርት

du lịch - መገሻ

7

vận chuyển

መጓዓዝያ

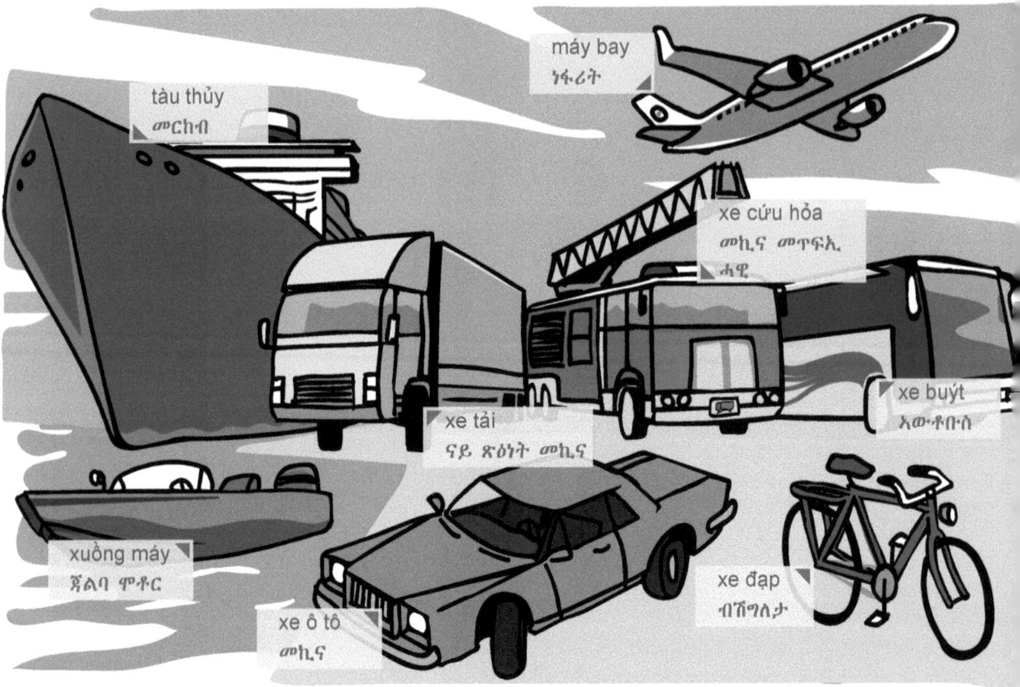

máy bay
ነፋሪት
tàu thủy
መርከብ
xe cứu hỏa
መኪና መጥፍኢ ሓዊ
xe tải
ናይ ጽዕነት መኪና
xe buýt
ኣውቶቡስ
xuồng máy
ጀልባ ሞቶር
xe đạp
ብሽግለታ
xe ô tô
መኪና

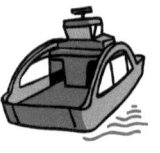

phà

ፈሪ

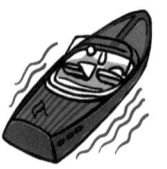

xuồng

ጀልባ

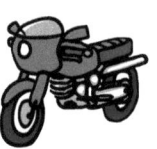

xe máy

ሞቶ

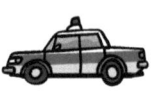

xe cảnh sát

መኪና ፖሊስ

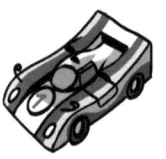

xe đua

መኪና ቅድድም

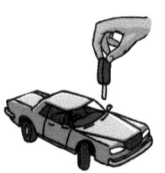

xe cho thuê

ክራይ መኪና

dịch vụ thuê xe tự lái

ምውፋይ መካይን

xe kéo cứu hộ

መወሰዲ መኪና

xe rác

መኪና ነሓፍ

động cơ

ሞቶር

xăng

ነዳዲ

trạm xăng

እንዳ ነዳዲ

biển báo giao thông

ምልክት ትራፊክ

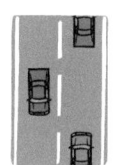

giao thông

ትራፊክ

ách tắc giao thông

ምጭቅጫቅ ትራፊክ

bãi đậu xe

መዐሸጊ መኪና

nhà ga

መዕረፊ ባቡር

đường ray

ሓዲግ

xe lửa

ባቡር

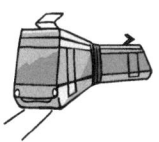

tàu điện

ትረም

toa xe

ባጎኒ

máy bay trực thăng

ሄሊኮፕተር

sân bay

መዓረፈ ነፈርቲ

tháp

ታወር

hành khách

ተጓዥ

côngtenơ

ኮንተይነር

thùng các-tông

ሳንዱቅ ካርቶን

xe đẩy

ኮርሳ ጽዕነት

cái giỏ

ዘንቢል

cất cánh / hạ cánh

ተበገሰ / ዓለበ

thành phố

ከተማ

làng

ቀሳሽት

trung tâm thành phố

ማእከል ከተማ

nhà

ገዛ

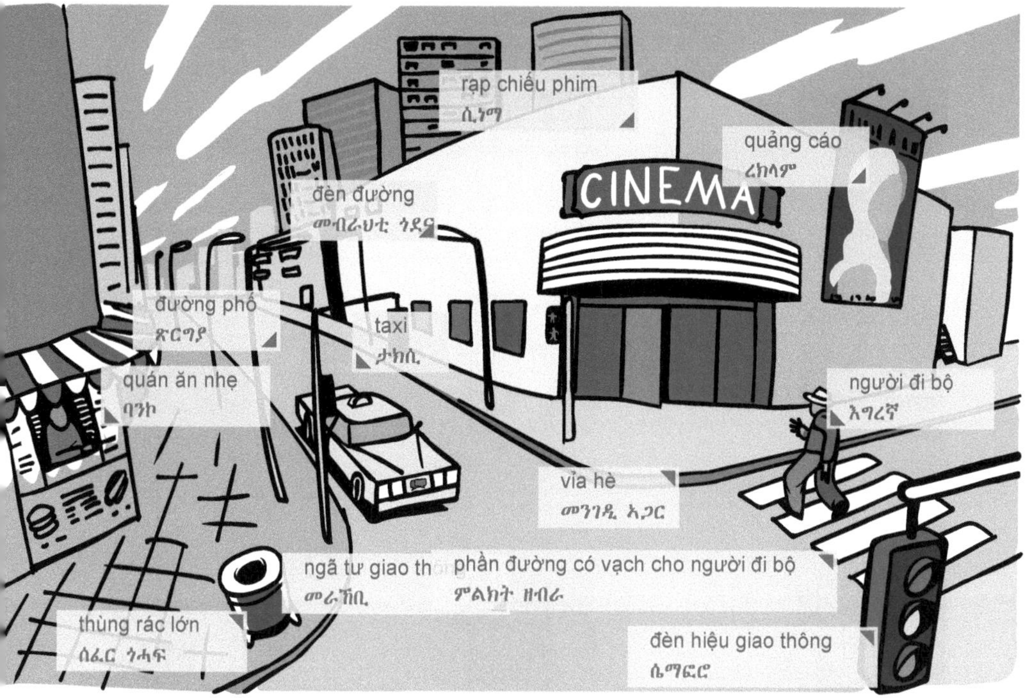

rạp chiếu phim
ሲነማ

quảng cáo
ሪክላም

đèn đường
መብራህቲ ጎደና

CINEMA

đường phố
ጽርግያ

taxi
ታክሲ

quán ăn nhẹ
ባንኮ

người đi bộ
እግረኛ

vỉa hè
መንገዲ እጋር

ngã tư giao th
መራኸቢ

phần đường có vạch cho người đi bộ
ምልክት ዘብራ

thùng rác lớn
ሰፈር ጓሓፍ

đèn hiệu giao thông
ሴማፎር

nhà chòi

አጐዶ

căn hộ

አፓርትመንት

nhà ga

መዕረፊ ባቡር

tòa thị chính

ቤት ምምሕዳር

viện bảo tàng

ቤተ መዘክር

trường học

ቤት-ትምህርቲ

đại học

ዩኒቨርሲቲ

ngân hàng

ባንክ

bệnh viện

ሆስፒታል

khách sạn

መቆበሊ አጋይሽ

hiệu thuốc

ቤት መድሃኒት

văn phòng

ቤት ጽሕፈት

hiệu sách

ዱኳን መጽሐፍቲ

cửa hiệu

ዱኳን

cửa hiệu bán hoa

ዱኳን ዕንባባ

siêu thị

ሱፐርማርከት

chợ

ዕዳጋ

cửa hàng bách hóa

ሹቅ

người bán cá

ነጋዳይ ዓሳ

trung tâm mua bán

ሹቅ

bến cảng

መርሳ

công viên

መዝናግዒ

ghế băng

ባንኪ

cầu

ድልድል

cầu thang

መደያይቦ

tàu điện ngầm

ባቡር ትሕቲ ምድሪ

đường hầm

ቢንቶ

trạm xe buýt

መዕረፊ ኣውቶቡስ

quán bar

ቤት መስተ

khách sạn

ቤት-መግቢ

hòm thư công cộng

ሰታሪት

bảng hiệu đường

ታቤላ

đồng hồ đậu xe

ሰዓት ፓርኪንግ

vườn bách thú

መካነ እንስሳታት

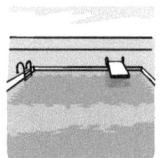

bể bơi

መሓምበሲ

nhà thờ Hồi giáo

መስጊድ

nông trại

ቤት ሕርሻ

ô nhiễm môi trường

ብከላ

nghĩa trang

መቓብር

nhà thờ

ቤተክርስትያን

sân chơi

ቦታ ምጽዋት

ngôi đền

ቤት መቕደስ

phong cảnh

ስእሊ መሬት

lá cây
ኣቝጽልቲ

bảng chỉ đường
መሕበሪ መገዲ

lối đi
መገዲ

bãi cỏ
ሽኻ

hòn đá
እምኒ

người đi bộ đường dài
ኮብላሊ

cây
ኣግራብ

sông
ፈለግ

cỏ
ሳዕሪ

bông hoa
ዕንባባ

thung lũng

ስንጥሮ

đồi

ኮበ

hồ nước

ቀላይ

rừng

ዱር

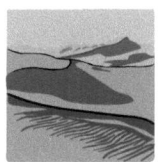

sa mạc

ምድረ በዳ

núi lửa

እሳተ-ነመራ

lâu đài

ግምቢ

cầu vồng

ቀስተ-ደመና

nấm

ቃንጥሻ

cây cọ

ዓርኮብኮባይ

con muỗi

ጣንጡ

con ruồi

ሃመማ

con kiến

ጻጻ

con ong

ንህቢ

con nhện

ሳሬት

bọ cánh cứng

ሕንዚዝ

con ếch

ዕንቍርዖብ

con sóc

ምጽጹሳይ

con nhím

ቅንፍዝ

con thỏ

ማንቲለ

con cú

ጉንጓ

con chim

ጭሩ

thiên nga

ስዋን

heo rừng

መፍለስ

con hươu

ዓጋዘን

nai sừng tấm

ሙስ

đê

ግድብ

tuabin gió

ተርባይን ንፋስ

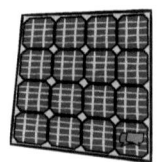

tấm năng lượng mặt trời

ሶላር ስርሓት

khí hậu

ኩነታት አየር

khách sạn

ቤት-መግቢ

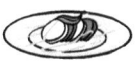

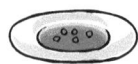

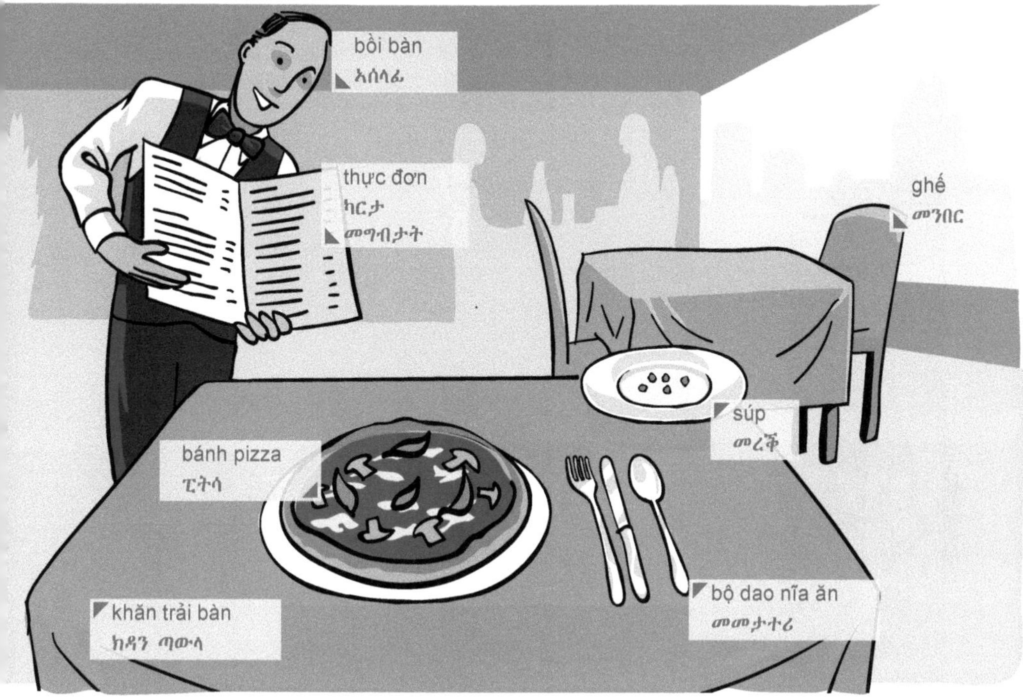
bồi bàn
ኣሰላፊ
thực đơn
ካርታ
መግብታት
ghế
መንበር
súp
መረቕ
bánh pizza
ፒትሳ
khăn trải bàn
ክዳን ጣውላ
bộ dao nĩa ăn
መመታተሪ

món ăn khai vị

ቅድመ ቀንዲ መግቢ

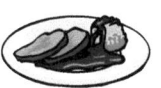

món ăn chính

ቀንዲ መኣዲ

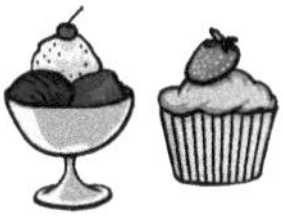

món tráng miệng

ድሕሪ መግቢ

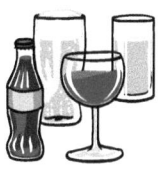

thức uống

መስተ

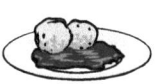

thức ăn

መግቢ

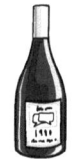

cái chai

ጥርሙዝ

thức ăn nhanh

ስሉጥ መግቢ.

thức ăn đường phố

መግቢ. ጽርግያ

ấm trà

ብርጭቆ ሻሂ

hộp đường

ታኒካ ሽኮር

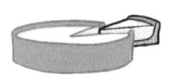

khẩu phần

ክፋል

máy pha espresso

ማሺን ኤስፕረሶ

ghế cao

ነዊሕ መንበር

hóa đơn

ጸብጸብ

khay

ታብለት

dao

ካራ

nĩa

ፉርከታ

thìa

ማንካ

thìa uống trà

ማንካ ሻሂ

khăn ăn

ሰርቬየተ

cốc thủy tinh

ብኬሪ

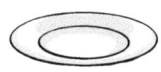

đĩa

ሸሓኒ

đĩa súp

ሸሓኒ መረቅ

đĩa lót cốc

ትሕቲ ኩባያ

nước sốt

ጸብሒ

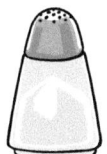

lọ muối

ወዣቢ ጨው

cái xay tiêu

መጥሓን በርበረ

giấm

አቾቶ

dầu

ዘይቲ

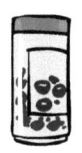

gia vị

ቀመም

nước xốt cà chua

ከቸፕ

tương hạt cải

አድሪ

nước sốt mayonnaise

ማዮኒዝ

siêu thị

ሱፐርማርከት

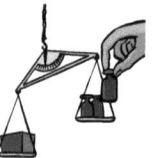

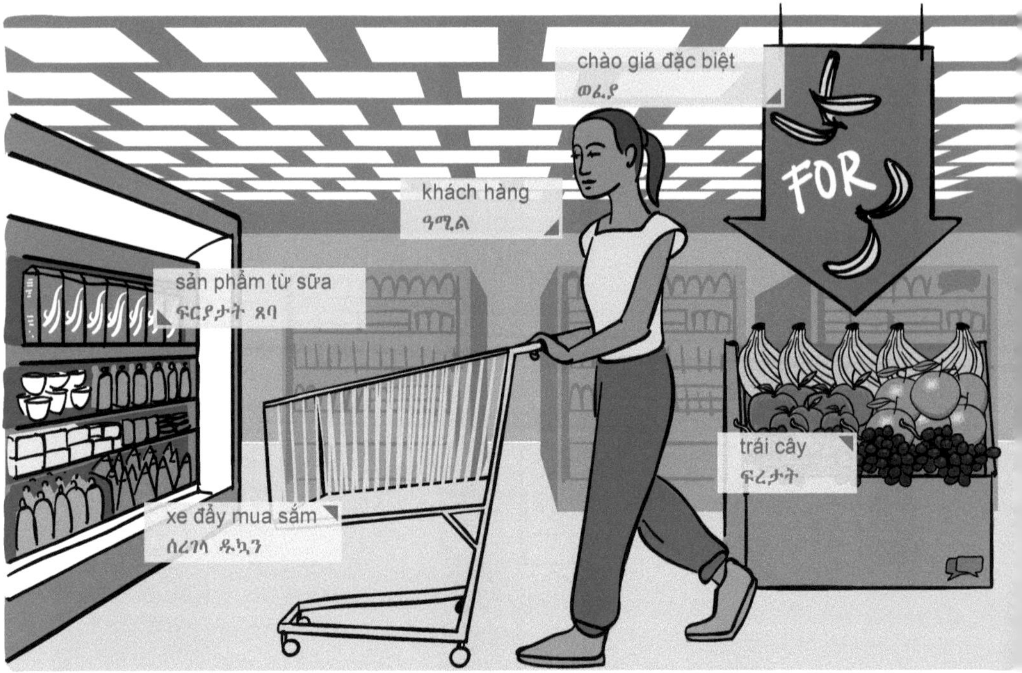
chào giá đặc biệt
ወፈያ
FOR
khách hàng
ዓሚል
sản phẩm từ sữa
ፍርያታት ጸባ
trái cây
ፍረታት
xe đẩy mua sắm
ሰረገላ ዱኳን

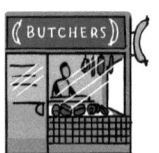

BUTCHERS

lò mổ

እንዳ ስጋ

BAKERY

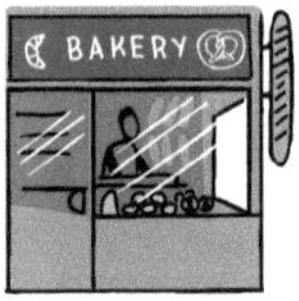

cửa hiệu bán bánh mì

እንዳ ባኒ

cân nặng

ክብደት

rau quả

ኣሕምልቲ

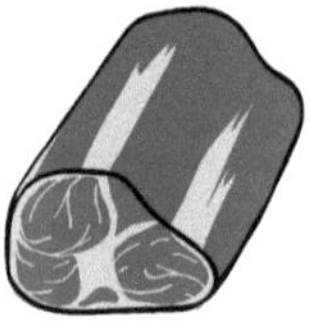

thịt

ስጋ

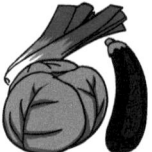

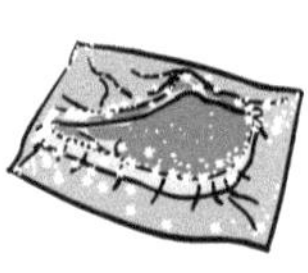

thức ăn đông lạnh

መግቢ ፍሪጅ በረድ

lát thịt nguội

ዝሑል ቅሩብ መግቢ

đồ hộp

እስታጥላ

bột giặt

አሞ

đồ ngọt

ምቁር መግቢ

sản phẩm dùng trong gia
đình

ዘቤታውያን ኣቝሑ

chất tẩy rửa

ናውቲ መጽረዪ

người bán hàng

ሸቃጣይ

quầy trả tiền

ካሳ

nhân viên thu ngân

ተሓዝ ገንዘብ

danh sách mua sắm

ዝርዝር ምግዛእ

giờ mở cửa

ክፉት ሰዓታት

ví tiền

ማሕፉዳ

thẻ tín dụng

ክረዲት ካርድ

túi đeo

ሳንጣ

túi ny lông

ፌስታል

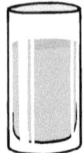

nước

ማይ

nước quả ép

ጁማቆ

sữa

ጸባ

coca-cola

ኮላ

rượu vang

ነቢት

bia

ቢራ

cồn

አልኮል

cacao

ካካው

trà

ሻሂ

cà phê

ቡን

espresso

ኤስፕረሶ

cappuccino

ካፑቺኖ

chuối

ባናና

quả táo

ቱፋሕ

quả cam

አራንሺ

dưa hấu

ብርጩቆ

chanh

ለሚን

cà rốt

ካሮት

tỏi

ጸዕዳ ሽጉርቲ

tre

ባምቡስ

củ hành

ሽጉርቲ

nấm

ቅንጦሻ

hạt dẻ

ፉል

mì

ፓስታ

mì spaghetti

ስፓገቲ

cơm

ሩዝ

xà lách

ሰላጣ

khoai tây chiên

ቅልዋ ድንሽ

khoai tây chiên

ቅሉው ድንሽ

bánh pizza

ፒትሳ

bánh hamburger

ሃምቡርገር

bánh mì sandwich

ፓኒኖ

thịt côtlet

ቢስተካ

thịt giăm bông

ሰለፍ ሓሰማ

xúc xích

ሳላሚ

dồi

ግዕዝም

gà

ደርሆ

rán

ቀለወ

cá

ዓሳ

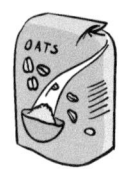

cháo yến mạch

ገዓት

cháo muesli

ሙስሊ.

bánh bột ngô nướng

ኮርንፍለይክስ

bột mì

ሐርጭ

bánh sừng bò

ክሮሶን

bánh mì

ባኒ

bánh mì

ባኒ

bánh mì nướng

ቶስት

bánh bích quy

ብሽኮቲ

bơ

ጠስሚ

sữa đông

ርጎአ

bánh ngọt

ፓስተ

trứng

እንቋቍሐ

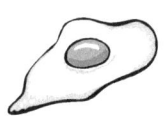

trứng rán

ቅሉው እንቋቍሐ

pho mát

ፋርማጆ

kem

አይስ ክሪም

đường

ሽኮር

mật ong

መዓር

mứt

ጃም

kem nougat

ኑጋት-ክሪም

cà ri

ኩሪ

thức ăn - መግቢ.

nhà nông trại
ቤት ሕርሻ

kiện rơm
ሓሰር ቦንዳ

nhà vựa
መኽዘን

cánh đồng
ግራት

con ngựa
ፈረስ

xe moóc
ተሰሓቢ

máy kéo
ትራክተር

ngựa con
ዒሎ

con lừa
አድጊ

cừu con
ዕየት

con cừu
በጊዕ

con dê
ጤል

con bò
ብዕራይ

con bê
ም'ራኽ

con lợn
ሓሰማ

lợn con
ውላድ ሓሰማ

bò đực
አርሓ

con ngỗng

ዓሳ

con vịt

ማይ ደርሆ

gà con

ጫቡሲት

gà mái

ደርሆ

gà trống

ኣርሓ ደርሆ

con chuột

ኣንጨዋ ዓባይ

mèo

ድሙ

chuột nhắt

ኣንጭዋ

bò đực

ብዕራይ

con chó

ከልቢ

nhà chuồng chó

ኣጎዶ ከልቢ

ống tưới vườn cây

ቱባ ጅርዲን

thùng tưới cây

መዝፈሪ ማይ

lưỡi hái

ዓቢ ማዕጺድ

cái cày

ማሕረሻ

cái liềm

ማዕጺድ

cái cuốc

ጭጓር

cái chĩa

መስአ

cái rìu

ፋስ

xe cút kít

ዓረብያ ኢድ

máng ăn

ጋብላ

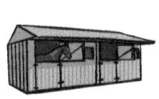

lọ sữa

ብርጭቆ ጸባ

bao tải

ከሻ

hàng rào

ሓጹር

chuồng

መንሰስ

nhà kính trồng cây

ቾጠልያ ገዛ

đất trồng

ባይታ

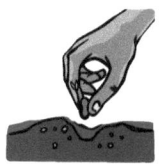

hạt giống

ዘርኢ

phân bón

ድኹዒ

máy gặt đập liên hợp

ዘጣምር ቀውዓይ

thu hoạch

ቀውዐ

mùa thu hoạch

ጸማ

khoai lang

ድንሽ ያም

lúa mì

ስርናይ

đậu nành

ሶያ

khoai tây

ድንሽ

ngô

ዕፉን

hạt cải dầu

ራፕስ

cây ăn trái

ገረብ ፍረታት

sắn

ማኒኦክ

ngũ cốc

አእኻል

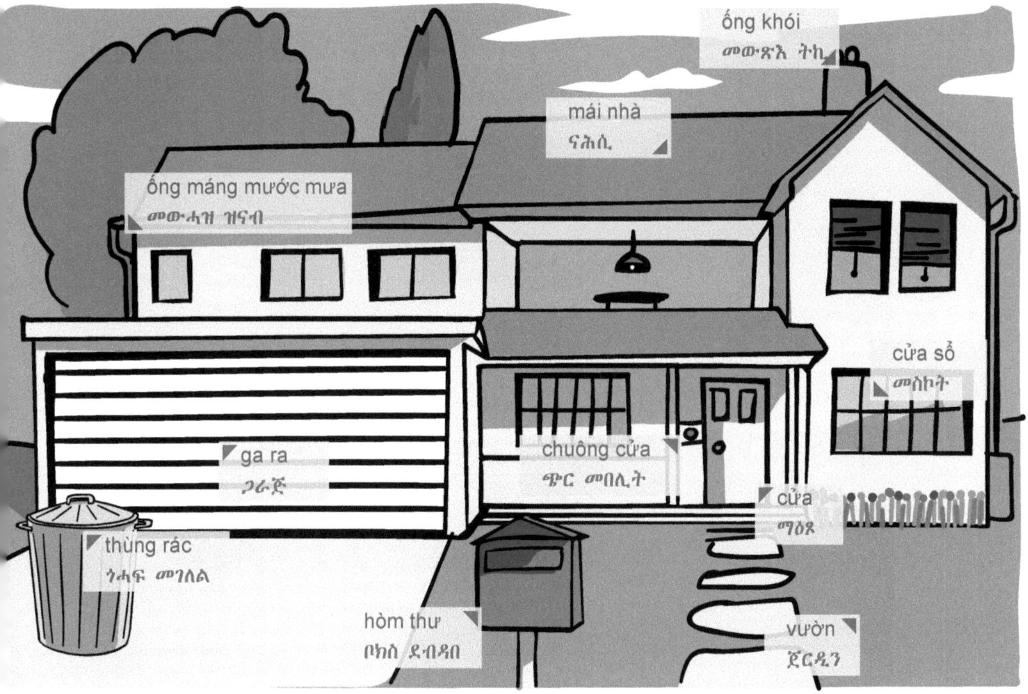

ống khói
መውጽእ ትኪ

mái nhà
ናሕሲ

ống máng mước mưa
መውሓዝ ዝናብ

cửa sổ
መስኮት

ga ra
ጋራጅ

chuông cửa
ጭር መበሊት

cửa
ማዕጾ

thùng rác
ጐሓፍ መገለል

hòm thư
ቦክስ ደብዳበ

vườn
ጀርዲን

phòng khách

ክፍሊ ምቕማጥ

phòng tắm

ክፍሊ ባንዮ

bếp

ክሽነ

phòng ngủ

ክፍሊ መደቀሲ

phòng trẻ em

ክፍሊ ቆልዑ

phòng ăn

መመገቢ ክፍሊ

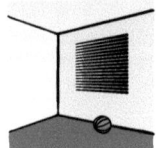

nền nhà

ባይታ

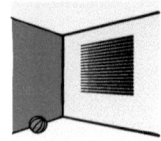

tường

መንደቅ

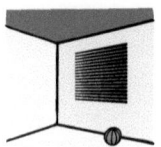

trần nhà

ከቦርታ

tầng hầm

ካንቲና

tắm hơi

ሳውና

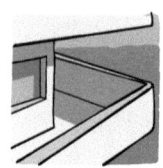

ban công

ባልኮን

sân hiên

ዛላ

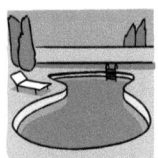

bể bơi

መሕምበሲ

máy cắt cỏ

መቐረጺ ሳዕሪ

khăn trải giường

አንሶላ ዓራት

khăn trải giường

ከቦርታ ዓራት

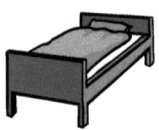

giường

ዓራት

chổi

መኹስተር

cái xô

መገለል

công tắc điện

መወልዒት

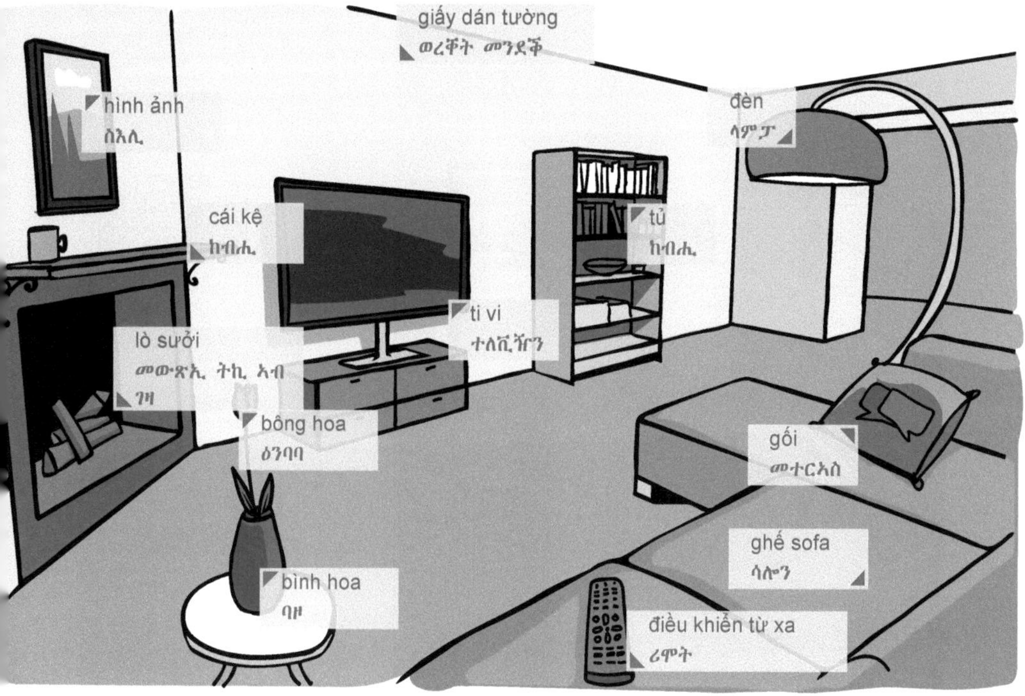

giấy dán tường
ወረቐት መንደቕ

hình ảnh
ስእሊ

đèn
ላምፓ

cái kệ
ኪብሒ

tủ
ከብሒ

ti vi
ተለቪዥን

lò sưởi
መውጽኢ ትኪ ኣብ ገዛ

bông hoa
ዕንባባ

gối
መተርኣስ

ghế sofa
ሳሎን

bình hoa
ባዮ

điều khiển từ xa
ሪሞት

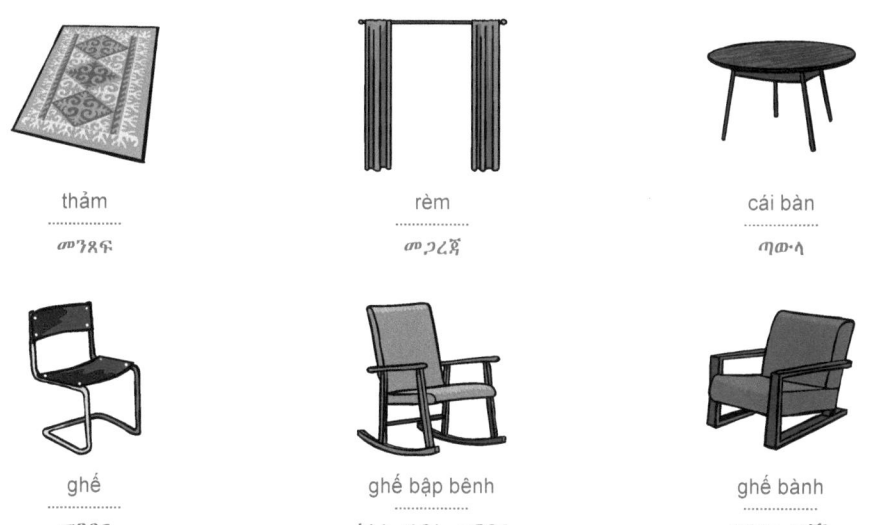

thảm	rèm	cái bàn
መንጸፍ	መጋረጃ	ጣውላ

ghế	ghế bập bênh	ghế bành
መንበር	ሰለል ዝብል መንበር	መንበር ምቹእ

sách

መጽሐፍ

cái chăn

ከቦርታ

đồ trang trí

ስልማት

củi

እንጨይቲ ሓዊ

phim

ፊልም

máy hi-fi

ስተረዮ

chìa khóa

መፍትሕ

báo

ጋዜጣ

bức tranh

ቅብአ

áp phích

ፖስተር

radio

ረድዮ

sổ ghi chép

ጥራዝ

máy hút bụi

መልገሲ ደሮና

cây xương rồng

በለስ

cây nến

ሽምዓ

bếp

ክሽነ

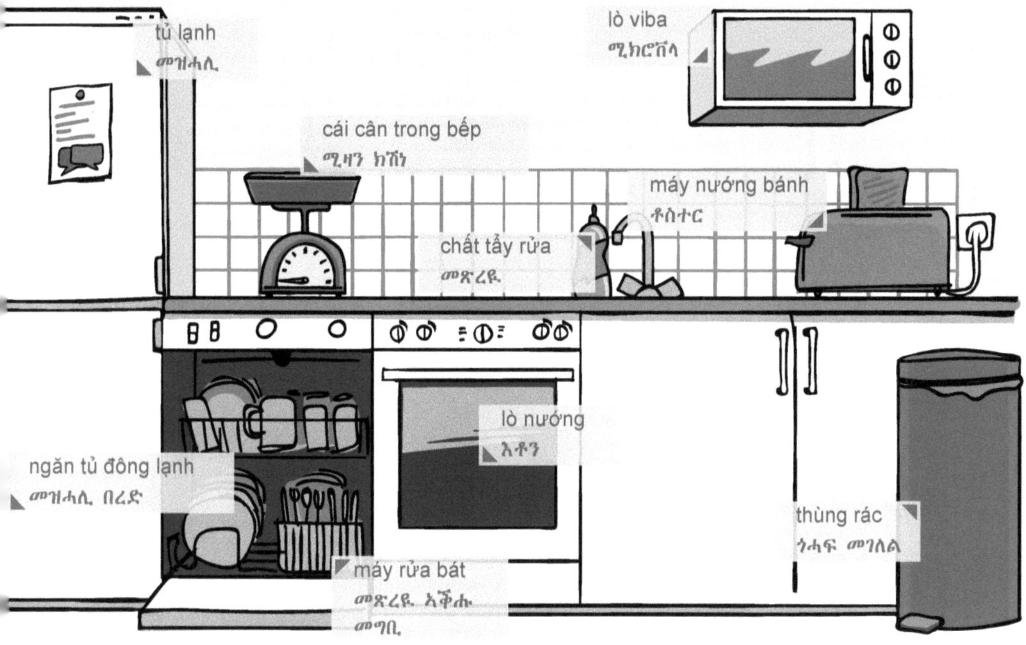

tủ lạnh
መዝሓሊ
lò viba
ሚክሮቨላ
cái cân trong bếp
ሚዛን ክሽነ
máy nướng bánh
ቶስተር
chất tẩy rửa
መጽረዪ
lò nướng
እቶን
ngăn tủ đông lạnh
መዝሓሊ በረድ
thùng rác
ጎሓፍ መገለል
máy rửa bát
መጽረዪ ኣቑሑ መግቢ

lò nấu

መኽሸኒ

nồi

ድስቲ

nồi sắt

ድስቲ ሓጺን

chảo

ቮክ/ካዳይ

chảo

ባደላ

ấm đun nước

መውዓዪ ማይ

nồi đun hơi

መፍልሔ

khay lò nướng

ጎጐሮ ምስንካት

bát đĩa

አቕሑ መግቢ

cốc

ብርጭቆ

cái bát

ጭሓሎ

đũa

ማንካቺና

cái vá

ማንካ መረቕ

bàn xẻng

መገልበጢ ባደላ

que đánh kem

መኹስተር ውርጪ

rây dùng trong bếp

መንፊት መግቢ

cái rây lọc

መንፊት

cái nạo

መፋሕፍሒ

vữa

ሞርታር

vỉ nướng

ባርቢክዩ

ngọn lửa trần

ስፍራ ሓዊ

cái thớt

እንጨይቲ ምምታር

trục cán bột

እንጨይቲ ኩረር

cái mở nút chai

መኽፈት ቡሽ

vỏ đồ hộp

ታኒካ

cái mở vỏ đồ hộp

መኽፈቲ ታኒካ

miếng nhấc nồi

ጨርቂ ድስቲ

bồn rửa bát

ቡምባ

bàn chải

አስባስላ

miếng xốp

ሰፍነግ

máy xay

ሓዋሲ አደባላቒ

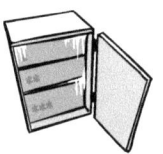

tủ đông lạnh

መዝሓሊ በረድ

bình sữa cho trẻ sơ sinh

ጥርሙዝ ማማይ

vòi nước

ቡምባ ማይ

phòng tắm

ክፍሊ ባንዮ

lò sưởi
መውዓዪ
khăn lau
ሽጎማኖ
vòi hoa sen
መሕጸቢ ሻወር
rèm che ngăn tắm
ሻወር መጋረጃ
tắm bọt
መሕጸቢ ዓፍራ
bồn tắm
ባንዮ መሕጸቢ
cốc thủy tinh
ብኬሪ
máy giặt
ሓጻቢት
vòi nước
ቡምባ ማይ
gạch lát
ማቶነላ
cái bô
ድስቲ
bồn rửa bát
ቡምባ

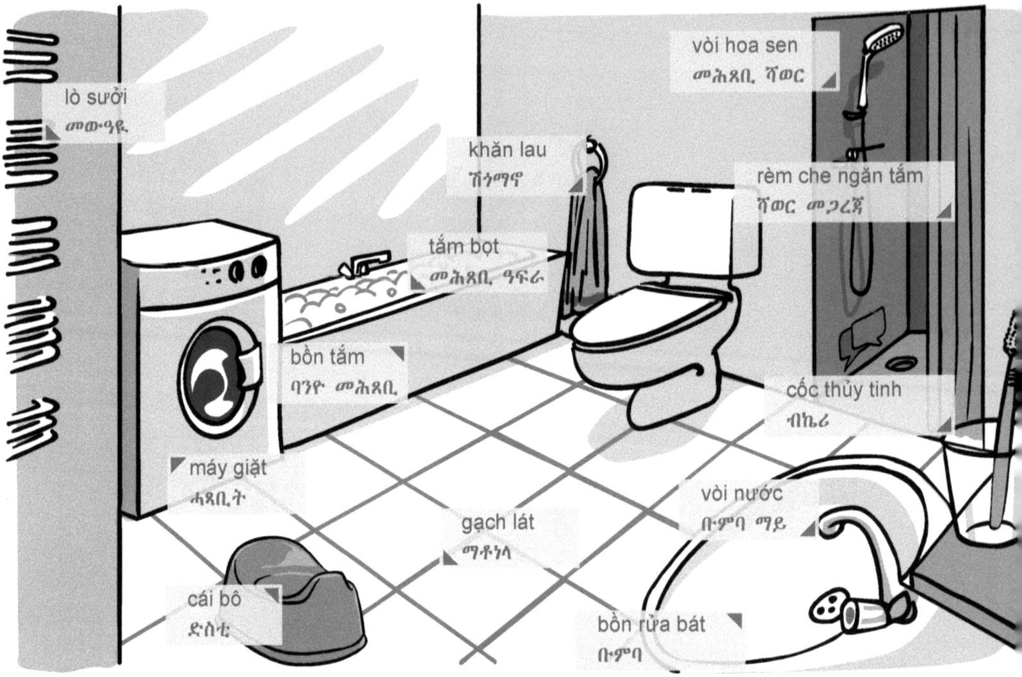

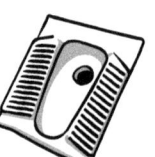

bồn cầu

ሽቓቕ

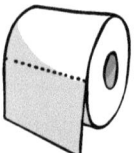

bồn cầu ngồi xổm

ሽቓቕ ኮፍ

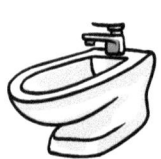

bồn rửa hậu môn

በዱ

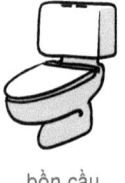

bồn tiểu tiện

ሽቓቕ ተባዕታይ

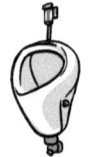

giấy vệ sinh

ወረቐት ሽቓቕ

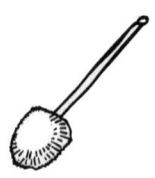

bàn chải cọ bồn cầu

ኣስባስላ ሽቓቕ

bàn chải đánh răng

አስባስላ ስኒ

kem đánh răng

ክረማ ስኒ

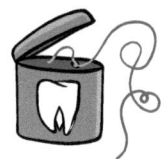

chỉ nha khoa

ሃሪ ስኒ

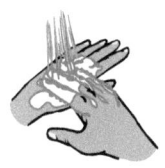

rửa

ሓጸብ

vòi sen cầm tay

ዱሽ ኢ.ድ

vòi rửa hậu môn

ዱሽ

bồn rửa

ብርጭቆ ም.ሕጸብ

bàn chải cọ lưng

አስባስላ ሕኾ

xà phòng

ሳምና

sữa tắm

ሻወር ጀል

dầu gội

ሻምፑ

khăn cọ để tắm

ጨርቂ መሕጸቢ.

lỗ thoát nước

መውሓዚ.

kem

ክረማ

chất khử mùi

ደዮ ጨኔና

gương

መስትያት

gương tay

ናይ ኢድ መስትያት

dao cạo râu

መላጸ

kem cạo râu

ዓፍራ ምልጻይ

nước thơm dùng sau khi cạo râu

ጨና ድሕሪ ምልጻይ

cái lược

መመሸጥ

bàn chải

አስባስላ

máy xấy tóc

መንቆጺ ጸግሪ

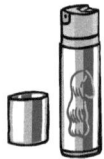

keo xịt tóc

ስፕሬይ ጸግሪ

đồ trang điểm

መመላኽዒ

thỏi son môi

ብርዒ ቀለም ከንፈር

sơn bôi móng

አዝማልቶ

bông

ጸምሪ ጡጥ

kéo cắt móng

መስደዲ ጽፍሪ

nước hoa

ጨና

túi đựng đồ tắm

ሳንጣ መሕጸቢ

ghế đẩu

ድኳ

cái cân

ሚዛን

áo choàng tắm

ክዳን መሕጸቢ

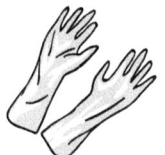

găng tay làm vệ sinh

ጓንቲ መጽረዪ

nút gạc

ታምፓን

băng vệ sinh

ጨርቂ ሰበይቲ

nhà vệ sinh hóa chất

ሽቓቕ ከሚስትሪ

phòng trẻ em

ክፍሊ ቆልዑ

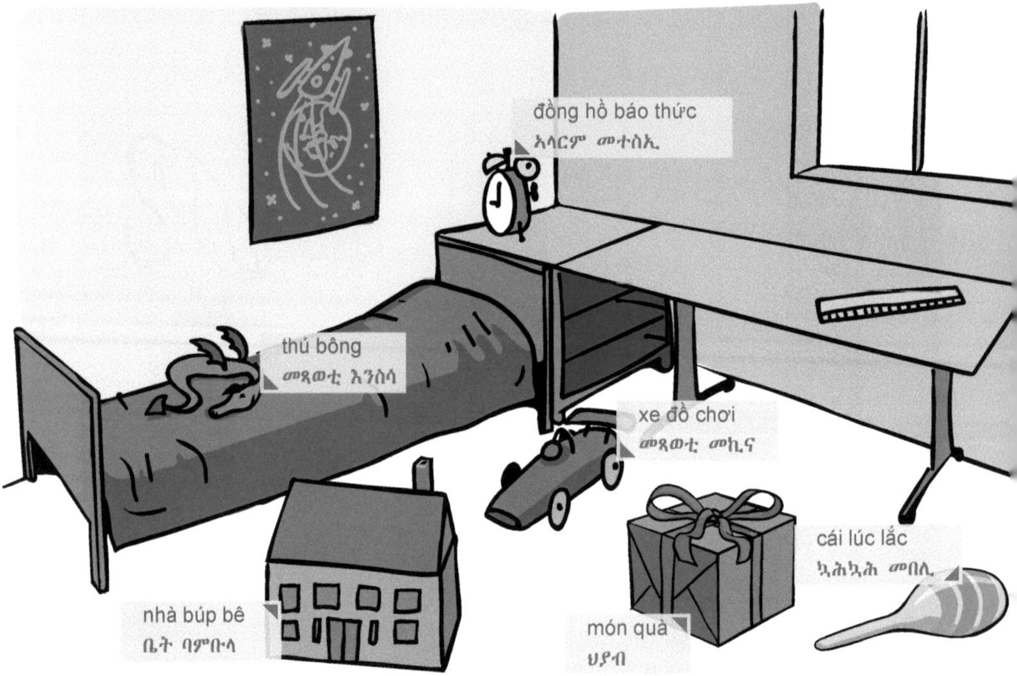

đồng hồ báo thức
ኣላርም መተስኢ
thú bông
መጻወቲ እንስሳ
xe đồ chơi
መጻወቲ መኪና
cái lúc lắc
ኳሕኳሕ መበሊ
nhà búp bê
ቤት ባምቡላ
món quà
ህያብ

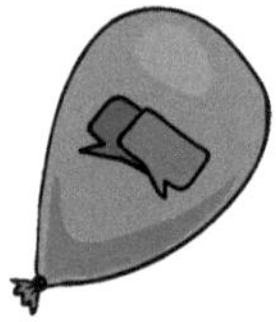

bong bóng

ባላንችና

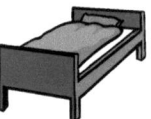

giường

ዓራት

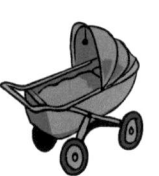

xe nôi

ሰረገላ ህጻን

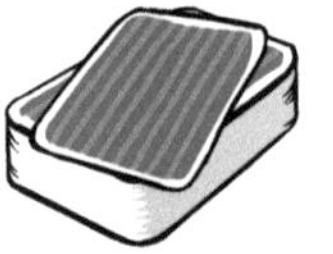

trò chơi bài

ጸወታ ካርታ

trò chơi ghép hình

ሕንቅሊተይ

SUPER
MEGA

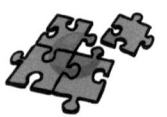

truyện tranh

ኮሜዲ

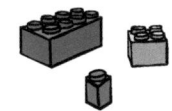

gạch Lego

እምንታት መጻወቲ ለጎ

khối xếp hình

መጻወቲ እምንታት

nhân vật hành động

በዓል አክቾን

o liền quần cho trẻ sơ sinh

ክዳን ማማይ

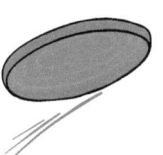

đĩa nhựa để ném

ፍሪስቢ

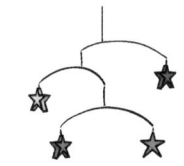

đồ chơi treo trên giường

ሞባይል ማማይ

trò chơi cờ bàn

ጸወታ ሰሌዳ

xúc xắc

ኩብ

đồ chơi xe lửa mô hình

ሞደል ባቡር ምድሪ

ti giả

ዓባስ

buổi tiệc

ፓርቲ

sách tranh

መጽሓፍ ስእሊ

quả bóng

ኩዕሶ

búp bê

ባምቡላ

chơi

ተጻወተ

hố cát

መጻወቲ ሑጻ

cái đu

ሰላል

đồ chơi

መጻወቲታት

máy chơi game cầm tay

ኮንሶል ቪድዮ

xe ba bánh

መጻወቲ ሰለስተ መንኮርኮር

gấu bông

ተዲ

tủ quần áo

ከብሒ ክዳን

y phục

ክዳን

bít tất

ካልስታት

bít tất dài

ነዊሕ ካልስታት

quần tất

ስረ ካልሲ

khăn choàng cổ
ሻርባ

ô che mưa
ጽላል

áp phông
ማልያ

dây thắt lưng
ቀልፉ

giày sneaker
ስኒከርስ

ủng
ረፋዕ

dép đi trong nhà
ጫማ ገዛ

dép xăng đan
ሻበጥ

giày
ጫማ

ủng cao su
ረፋዕ ነማ

quần lót
ሙታንታ

áo ngực
ክዳን ጡብ

áo vest
ትሕተ ካሚቻ

y phục - ክዳን   45

áo ôm sát cơ thể

ቦዲ

quần dài

ስረ

quần bò

ጂንስ

váy

ቀምሽ

áo cánh

ካምቻ

áo sơ mi

ካሚቻ

áo len chui đầu

ጉልፍ

áo len

ጎልፍ

áo blazer

ጃኬት

áo jacket

ጃከት

áo khoác

ጆባ

áo mưa

ክዳን ዝናብ

trang phục

ኮስቱም

áo váy

ቀምሽ

áo cưới

ቀምሽ መርዓ

y phục - ክዳን

bộ com lê

ልብስ.

áo ngủ

ካሚቻ ለይቲ

pijama

ክዳን ለይቲ

trang phục sari

ሳሪ

khăn trùm đầu

መሃረብ ርእሲ.

khăn đội đầu

ቱርባን

áo burka

ቡርካ

áo captan

ካፍታን

áo aba

አባያ

quần áo bơi

ክዳን መሕምበሲ.

quần bơi

ስረ መሕምበሲ.

quần đùi

ሓጺር ስረ

quần áo tracksuit

ክዳን ታዕሊም

tạp dề

በጃ ክዳን

găng tay

ጓንቲ

cái cúc

መልጎም

kính mắt

መነጽር

vòng đeo tay

በንናጅር

vòng cổ

ማዕተብ

nhẫn

ቀለበት

hoa tai

ኩትሻ

mũ lưỡi trai

ቆብዕ

cái mắc treo áo quần

መንበሪ ጁባ

mũ

ባርኔጣ

cà vạt

ካራቫት

dây kéo phéc mơ tuya

ሻርኔጣ

mũ bảo hiểm

ሀልመት

dây đeo quần

መድልደል ስራ

đồng phục học sinh

ድቢዛ ቤትትምህርቲ

đồng phục

ድቢዛ

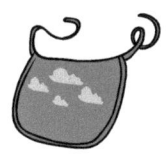

yếm trẻ em

ሰደርያ ቆልዓ

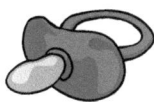

ti giả

ዓባስ

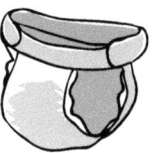

tã lót

ጨርቂ ማማይ

văn phòng

ቤት ጽሕፈት

máy chủ
ሰርቨር
tủ hồ sơ
ከብሒ ሰነድ
máy in
ፕሪንተር
giấy
ወረቐት
màn hình
ሞኒቶር
chuột máy tính
ኣንጭዋ
bàn làm việc
ጣውላ ምጽሓፍ
thư mục
ሓቓፊ
bàn phím
ኪቦርድ
thùng rác giấy
ጎሓፍ ወረቐት
máy tính
ኮምፒተር
ghế
መንበር

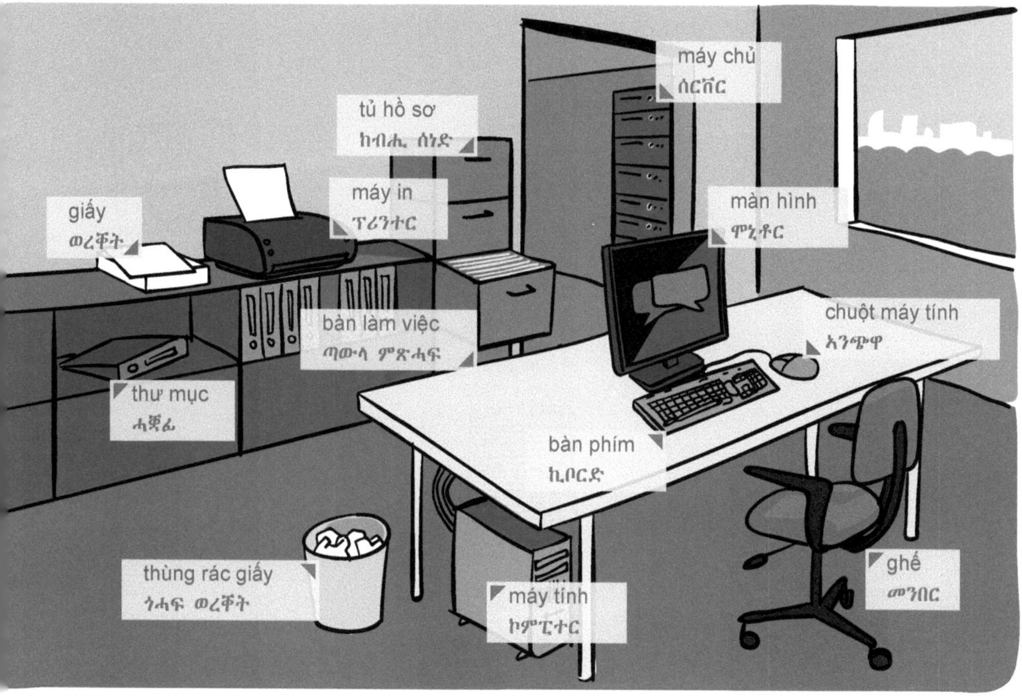

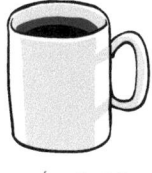

cốc cà phê

ብርጭቆ ቡን

máy tính bỏ túi

ካልኩለተር

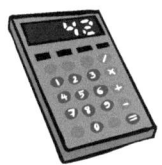

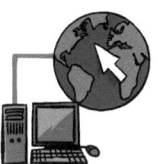

internet

ኢንተርነት

laptop

ለፕቶፕ

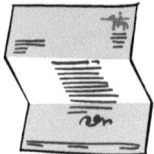

thư

ደብዳበ

tin nhắn

መልእኽቲ

điện thoại di động

ሞባይል

mạng

ነትወርክ/መርበብ

máy photocopy

መቅድሒ ፎቶኮፒ

phần mềm

ሶፍትዌር

điện thoại

ተለፎን

ổ cắm điện

ሶከት ኳረንቲ

máy fax

ፋክስ

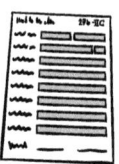

mẫu đơn

ፎርም

chứng từ

ሰነድ

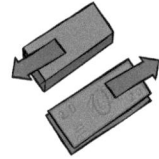

mua

ገዝእ

trả tiền

ከፈለ

buôn bán

ንግዲ

tiền

ገንዘብ

đô la

ዶላር

Euro

ኦይሮ

yên

የን

rúp

ሩብል

franc Thụy Sĩ

ስዊዝ ፍራንከን

nhân dân tệ

ረንሚንቢ, ዩዋን

rupi

ሩፒየ

máy rút tiền tự động

መውጽኢ. ማሺን ገንዘብ

quầy đổi tiền

በታ ቅያር ገንዘብ

vàng

ወርቂ

bạc

ብሩር

dầu

ዘይቲ

năng lượng

ሓይሊ

giá tiền

ዋጋ

hợp đồng

ውዕል

thuế

ቀረጽ

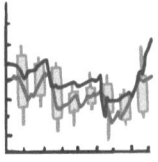

cổ phiếu

እኩብ ጥሪ-ነገራት

làm việc

ሰርሐ

nhân viên

ሰራሕተኛ

chủ lao động

ኣስራሒ

nhà máy

ትካል

cửa hiệu

ዱኳን

nhân viên cảnh sát
በዓል ፖሊስ

lính cứu hỏa
መጠፊኢ ሓዊ

đầu bếp
ከሽነ

bác sĩ
ሓኪም

phi công
መራሒ ነፋሪት

người làm vườn

người làm vườn

ሰራሕተኛ ጀርዲን

thợ mộc

ጸራቢ ዕንጸይቲ

thợ may

ሰፋይት

chánh án

ፈራዳይ

nhà hóa học

ቀማሚ

diễn viên

ተዋሳኢ

tài xế xe buýt

መራሒ አዉቶቡስ

người lái taxi

አዉቲስታ ታክሲ.

ngư dân

ገፋሊ ዓሳ

người lau dọn vệ sinh

ጸራጊት

thợ lợp mái nhà

ሃናጻይ ናሕሲ.

bồi bàn

አሰላፊ

thợ săn

ሃዳናይ

họa sĩ

ሰአላይ

thợ làm bánh

እንዳ ሕብስቲ

thợ điện

ኤሌትሪከኛ

thợ xây dựng

ሃናጺ አባይቲ

kỹ sư

ሃንዳሲ.

người hàng thịt

ሰራሕተኛ እንዳ ስጋ

thợ sửa ống nước

ድራብሊኮ

người đưa thư

አማላላሲ. ፖስጣ

người lính

ወተሃደር

kiến trúc sư

መሃንድስ

nhân viên thu ngân

ተሓዝ ገንዘብ

người bán hoa

ሰራሕተኛ ዕምባባ

thợ cắt tóc

ቀምቃማይ

nhân viên soát vé

ፈተሪኖ

thợ cơ khí

መካኒክ

thuyền trưởng

መራሒ መርከብ

nha sĩ

ሓኪም ስኒ

nhà khoa học

ተመራማሪ

giáo sĩ Do thái

ራቢ

lãnh tụ Hồi giáo

ኢማም

nhà sư

ፈላሲ

mục sư

ቀሺ

dụng cụ

ናውቲ

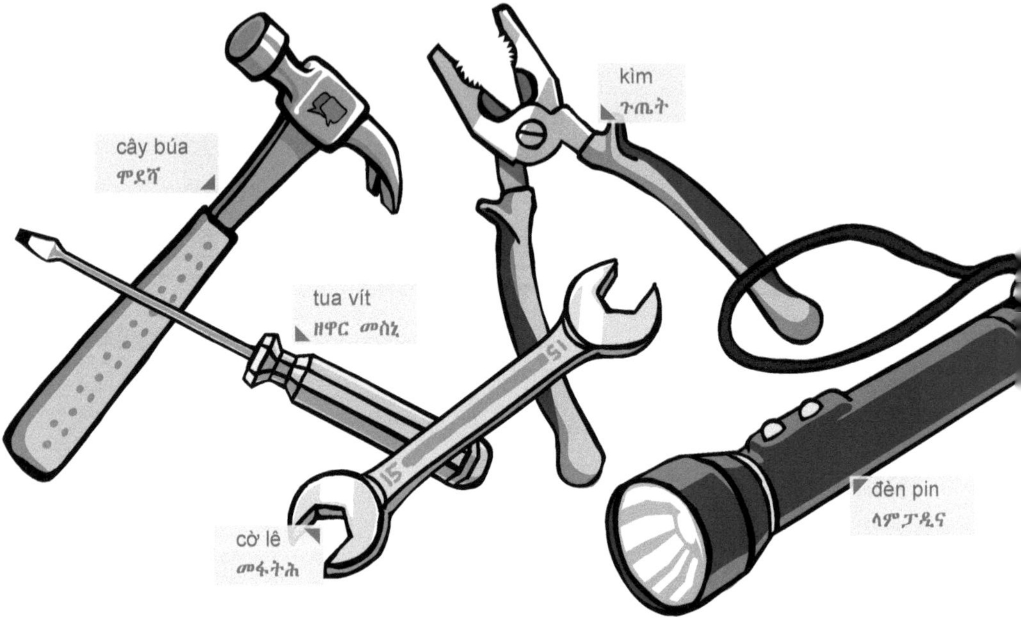
cây búa
ሞደሻ
kìm
ጉጤት
tua vít
ዘዋር መስኒ
cờ lê
መፋትሕ
đèn pin
ላምፓዲና

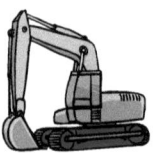

máy xúc đất

ፈሓሪ

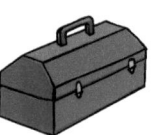

hộp dụng cụ

ናውቲ ቦክስ

cái thang

መደያይቦ

cưa

መጋዝ

đinh

መስማር

máy khoan

ኰዓቲ

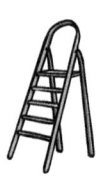

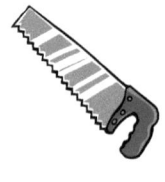

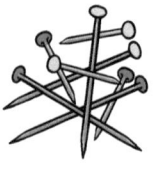

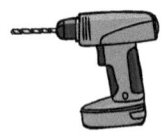

sửa chữa

ምዕራይ

cái xẻng

ባደላ

khốn nạn!

አይ!

cái hót rác

መትሓዚ ዶሮና

thùng sơn

ድስቲ ቀለም

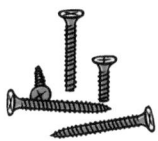

vít

ካቻቢተ

nhạc cụ

መሳርሒ ሙዚቃ

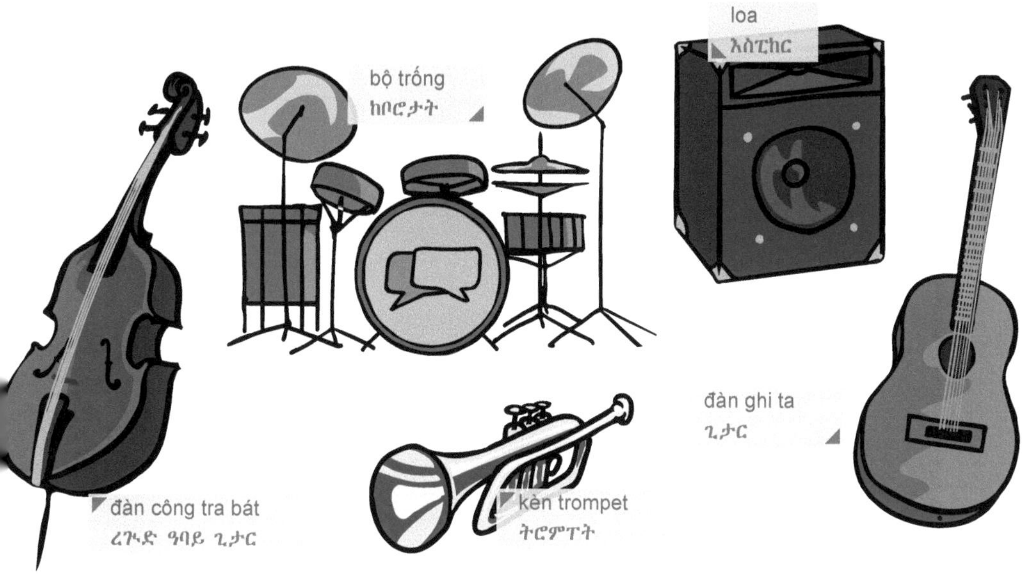

loa

እስፒከር

bộ trống
ከበሮታት ▼

đàn ghi ta
ጊታር ▼

▼ đàn công tra bát
ረጒድ ዓባይ ጊታር

kèn trompet
ትሮምፔት

đàn piano

ፒያኖ

đàn vĩ cầm

ቫዮሊን

ghi ta bass

ባስ ጊታር

trống định âm

ቲምፓኒ

trống

ከበሮ

đàn organ

ኦርጋን

kèn Saxophone

ሳክሶፎን

sáo

ሻምብቆ

micro

ሚክሮፎን

vườn bách thú

መካነ እንስሳታት

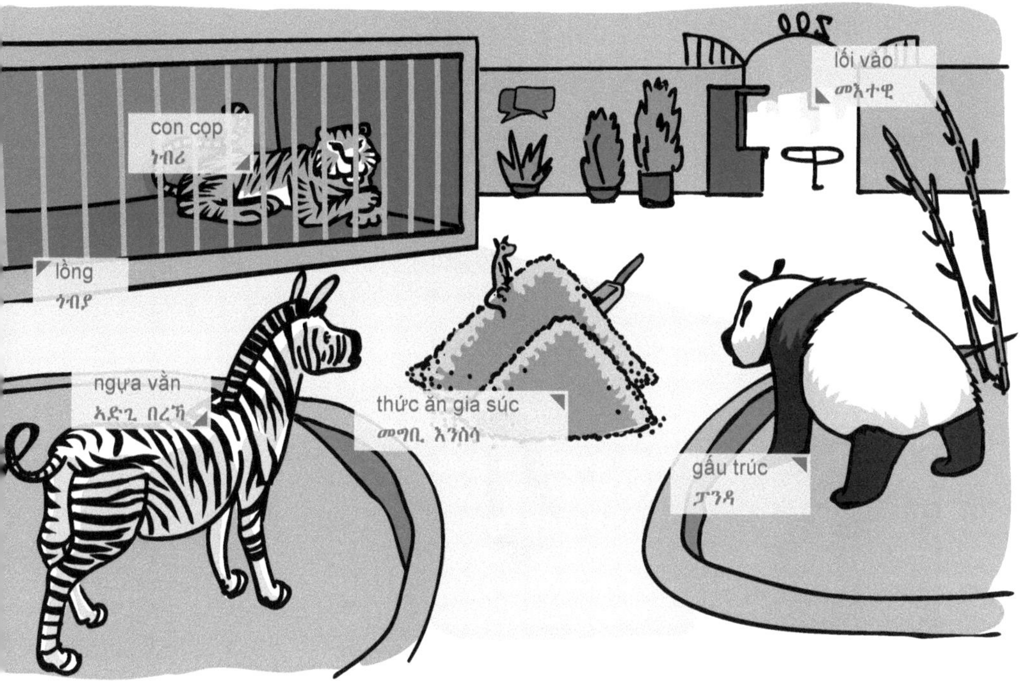

con cọp
ነብሪ
lồng
ጎብያ
ngựa vằn
ኣድጊ በረኻ
thức ăn gia súc
መግቢ እንስሳ
lối vào
መእተዊ
gấu trúc
ፓንዳ

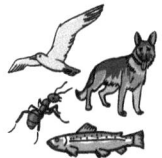

động vật
እንስሳታት

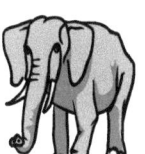

con voi
ሓርማዝ

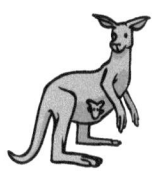

chuột túi
ካንጋሩ

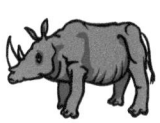

tê giác
ሓሪሽ

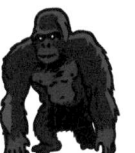

khỉ đột
ጉሪላ

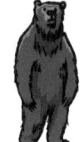

con gấu
ድቢ

lạc đà

ገመል

đà điểu

ሰገን

sư tử

አንበሳ

con khỉ

ህበይ

hồng hạc

ፍላሚንጎ

con vẹt

ሕንጻይ

gấu bắc cực

ድቢ. በረድ

chim cánh cụt

ፐንጉን

cá mập

ከልቢ. ዓሳ

con công

ጣውስ

con rắn

ተመን

cá sấu

ሓርገጽ

người trông giữ vườn bách thú

ሓላዊ ቤት ገርድሽ

hải cẩu

ዓሳ ዚምገብ እንስሳ ባሕሪ

báo đốm

ጃንር

ngựa lùn

ሓጺር ፈረስ

con báo

ነብሪ

hà mã

ጉማሬ

hươu cao cổ

ጂራፍ

đại bàng

ሊላ

heo rừng

መጕለስ

cá

ዓሳ

con rùa

ጎብየ

hải mã

ዋልሩስ

con cáo

ወኻርያ

linh dương

ሰስሓ

bóng bầu dục Mỹ
ናይ አሜሪካ ኩዕሶ እግሪ

đua xe đạp
ምዝዋር ብሽግለታ

quần vợt
ተኒስ

bóng rổ
ባስከትባል

bơi
ምሕምባስ

đấm bốc
ቦክሲንግ

khúc côn cầu trên băng
ሆኪ በረድ

bóng đá
ኩዕሶ እግሪ

cầu lông
ባድሚንቶን

điền kinh
እስፖርታዊ ንጥፈታት

bóng ném
ኩዕሶ ኢድ

trượt tuyết
ስኪ

polo
ፖሎ

nhảy
ነጠረ

cười
ሰሐቐ

ôm
ሓቖፈ

ca hát
ደረፈ

đi bộ
ከደ

mơ
ሐለመ

cầu nguyện
ጸለየ

hôn
ሰዓመ

viết	vẽ	chỉ trỏ
ጸሓፈ	ሰአለ	አርአየ
đẩy	cho	lấy đi
ደፍአ	ሃበ	ወሰደ

có

አለወ

làm

ገበረ

thì / là

ኮነ

đứng

ጠጠው በለ

chạy

ጎየየ

kéo

ሰሓበ

ném

ሰንደወ

rơi

ወደቐ

nằm

ሓሰወ

chờ đợi

ተጸበየ

mang vác

ሰከም

ngồi

ኮፍ በለ

mặc quần áo

ተኸድነ

ngủ

ደቀሰ

thức dậy

ተስአ

xem

ረአየ

khóc

በኸየ

vuốt ve

ብአጻብዑ ደረዘ

chải

መሸጠ

nói chuyện

ተዛረበ

hiểu

ተረድአ

câu hỏi

ሓተተ

nghe

ሰምዐ

uống

ሰተየ

ăn

በልዐ

dọn dẹp

አጽመጠ

yêu

አፍቀረ

nấu nướng

ከሸነ

lái xe

ዘወረ

bay

ነፈረ

đi thuyền buồm

ብመርከብ ገየሽ

tính toán

ደመረ

đọc

አንበበ

học

ተመሃረ

làm việc

ሰርሐ

cưới

መርዓወ

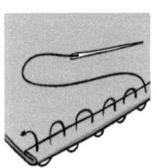

khâu vá

ሰፈየ

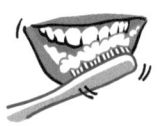

đánh răng

ጽሬት አስናን

giết

ቀተለ

hút thuốc

ሽጋራ ተከኸ

gửi đi

ሰደደ

nội (ngoại)
የ

ông nội (ngoại)
አቦሓጎ

cha
አቦ

mẹ
አደ

trẻ con
ማማይ

con gái
ጓል

con trai
ወዲ

khách
ጋሻ

cô (dì)
ሓትኖ

chú, bác (cậu)
አኮ

anh (em) trai
ሓው

chị (em) gái
ሓፍቲ

cơ thể

ኣካላት

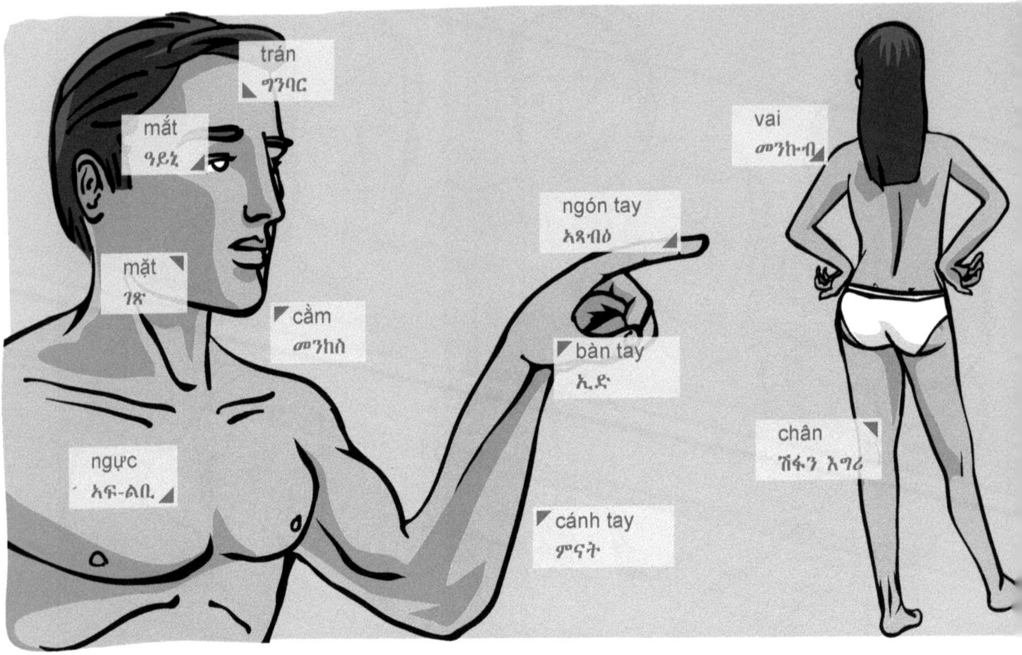
trán
ግንባር
mắt
ዓይኒ
vai
መንኩብ
ngón tay
ኣጻብዕ
mặt
ገጽ
cằm
መንከስ
bàn tay
ኢድ
chân
ሽፋን እግሪ
ngực
ኣፍ-ልቢ
cánh tay
ምናት

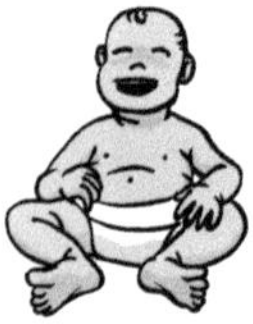

trẻ con

ማማይ

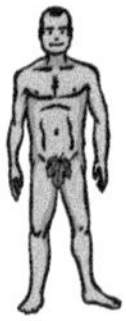

đàn ông

ሰብኣይ

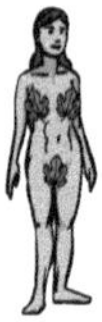

phụ nữ

ሰበይቲ

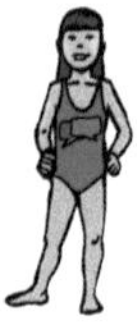

bé gái

ጓል

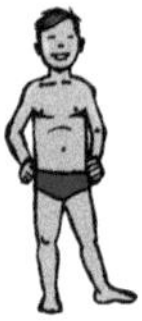

bé trai

ወዲ

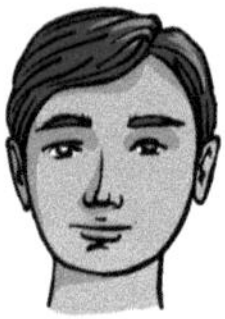

đầu

ርእሲ

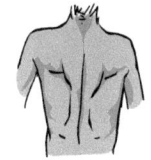

lưng

ሕቖ

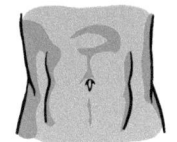

bụng

ከስዐ

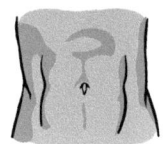

rốn

ሕምብርቲ

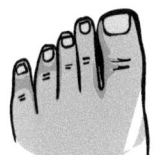

ngón chân

አጻብዕ እግሪ

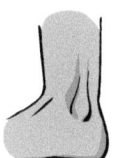

gót chân

ኩርኵረ

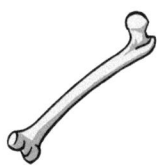

xương

ዓጽሚ

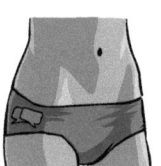

hông

ምሕኵልቲ

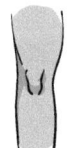

đầu gối

ብርኪ

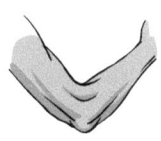

khuỷu tay

ፍግፍጕ

mũi

አፍንጫ

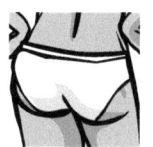

mông

መዓኰር

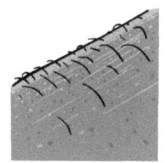

da

ቆርበት

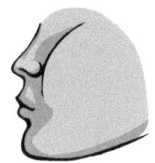

má

ምዕጉርቲ

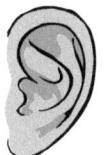

tai

እዝኒ

môi

ከንፈር

miệng

አፍ

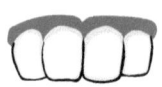

răng

ስኒ

lưỡi

መልሓስ

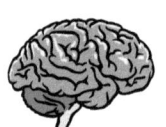

não

ሓንጎል

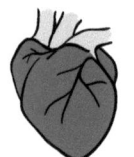

tim

ልቢ

cơ bắp

ጭዋዳ

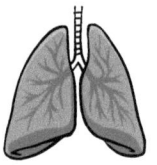

phổi

ሳንቡእ

gan

ጸላም ከብዲ

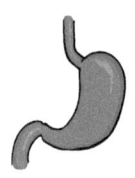

dạ dày

ከብዲ

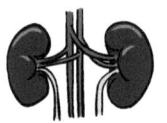

thận

ኩሊት

giao hợp

ግብረ ስጋ

bao cao su

ኮንዶም

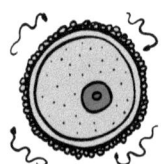

noãn

እንቋቑሓ

tinh dịch

ዘርኢ ተባዕታይ

mang thai

ጥንሲ

70   cơ thể - ኣካላት

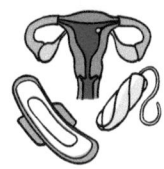

kinh nguyệt

ጽግያት

âm vật

ር.ሕሚ.

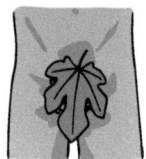

dương vật

መትሎ

lông mày

ሽፋ ሽፍ-ቲ

tóc

ጸጉሪ

cổ

ክሳድ

bệnh viện

ሆስፒታል

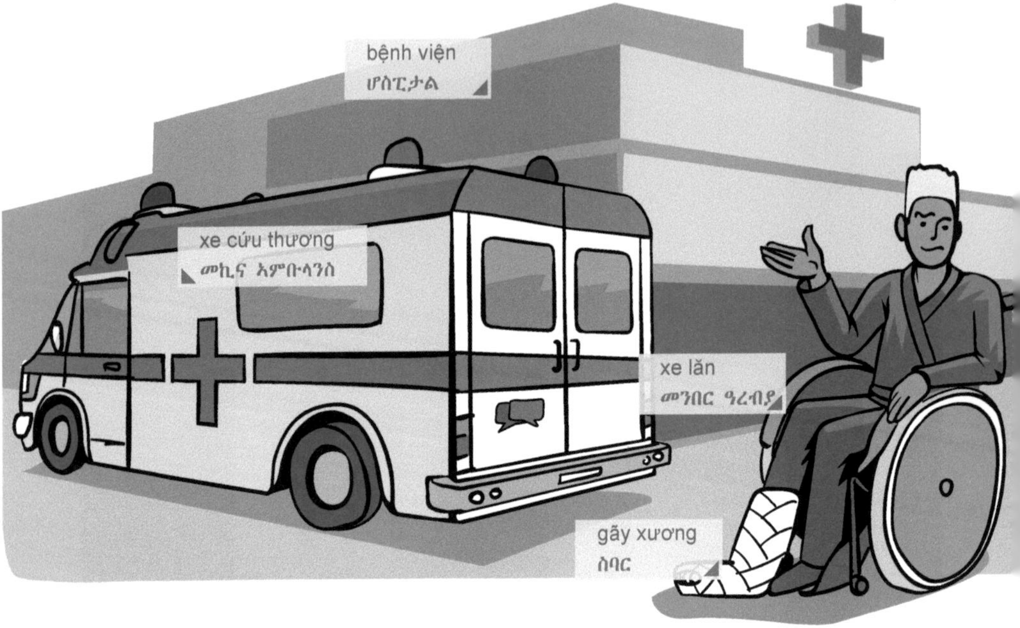

bệnh viện
ሆስፒታል
xe cứu thương
መኪና ኣምቡላንስ
xe lăn
መንበር ዓረብያ
gãy xương
ስባር

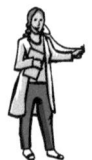

bác sĩ

ሓኪም

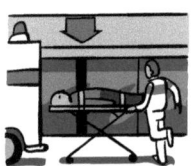

phòng cấp cứu

ክፍሊ ህጹጽ ረድኤት

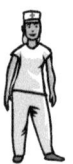

y tá

ኣላይት

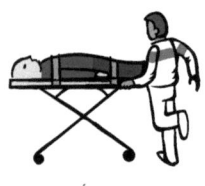

cấp cứu

ህጹጽ ኩነት

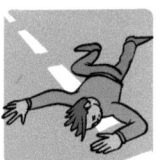

bất tỉnh

ውነኡ ዘጥፍአ

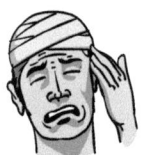

cơn đau

ቃንዛ

bị thương

ጉድኣት

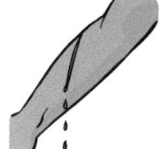

chảy máu

ደም

nhồi máu cơ tim

ማህረምቲ

đột quỵ

ማህረምቲ

dị ứng

ኣለርጂ

ho

ሰዓል

sốt

ረስኒ

cúm

ኡንፍልወንዛ

tiêu chảy

ውጽኣት

đau đầu

ቃንዛ ርእሲ.

ung thư

መንሽሮ

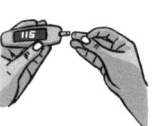

bệnh tiểu đường

ሹኮርያ

bác sĩ phẫu thuật

ሓኪም መጥባሕቲ

dao mổ

መጥብሒ.

giải phẫu

መጥባሕቲ

chụp cắt lớp

CT

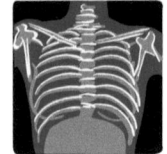

chụp x-quang

ራ፝ጂ

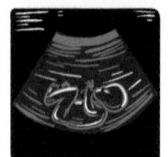

siêu âm

ልዕለ ድምጻዊ

mặt nạ

መሸፈኒ ገጽ

bệnh

ሕማም

phòng đợi

ክፍሊ ምጽባይ

cái nạng

ም͂ርኩስ

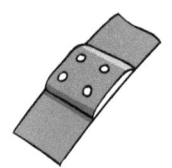

băng dán vết thương

መጀነኒ ቔስሊ

băng bó

መጀነኒ

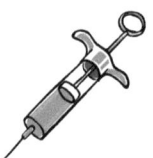

tiêm thuốc

መርፍዕ ምው͂ጋእ

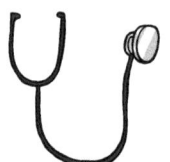

ống nghe khám bệnh

ስተቶስኮፕ

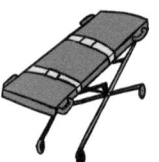

băng ca

መሰከሚ ሕማም

nhiệt kế

ቴርሞመተር

sinh đẻ

ትውልዲ

thừa cân

ልዕለ-ሚዛን

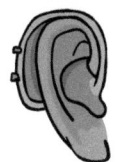

máy trợ thính

ሓገዝ ምስማዕ

chất khử trùng

ኣንጻሂ

nhiễm trùng

ልበዳ

vi rút

ቫይረስ

HIV / AIDS

ኤድስ

thuốc

ሕክምና

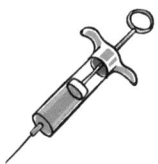

tiêm chủng

ክታብ

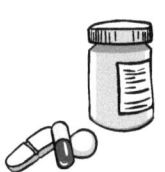

thuốc viên

ኪኒና

viên thuốc

ኪኒና

gọi cấp cứu

ህጹጽ ምድዋል

máy đo huyết áp

መዕቀኒ ጸቕጢ ደም

bệnh / khỏe mạnh

ሕሙም / ጥዑይ

cứu!

ሓገዝ

báo động

አላርም

cuộc đột kích

ምህጃም

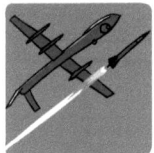

sự tấn công

መጥቃዕቲ

mối nguy hiểm

ድንገት

lối thoát hiểm

ህጹጽ መውጽኢ

cháy!

ሓዊ!

bình chữa cháy

መጥፍኢ ሓዊ

tai nạn

ሓደጋ

bộ dụng cụ sơ cứu

ሳንጣ ቀዳማይ ረድኤት

SOS

SOS

cảnh sát

ፖሊስ

châu Âu

ኤውሮጳ

Bắc Mỹ

ሰሜን አመሪካ

Nam Mỹ

ደቡብ አመሪካ

châu Phi

አፍሪቃ

châu Á

ኤስያ

châu Úc

አውስትራልያ

Đại Tây Dương

አትላንቲክ

Thái Bình Dương

ፓሲፊክ

Ấn Độ Dương

ህንዳዊ ዉቅያኖስ

Nam Cực Dương

አንታርቲካዊ ዉቅያኖስ

Bắc Băng Dương

አርክቲካዊ ዉቅያኖስ

bắc cực

ሰሜናዊ ዋልታ

nam cực

ደቡባዊ ዋልታ

nam cực

አንታርቲካ

trái đất

ምድሪ

đất liền

መሬት

biển

ባሕሪ

đảo

ደሴት

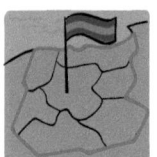

quốc gia

ሃገር

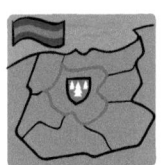

nhà nước

ዓዲ

mặt đồng hồ

ገጽ ሰዓት

kim chỉ giờ

አመልካቺ ሰዓታት

kim chỉ phút

አመልካቺ ደቓይቖ

kim chỉ giây

አመልካቺ ካልኢት

Bây giờ là mấy giờ?

ሰዓት ክንደይ አሎ?

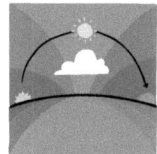

ngày

መዓልቲ

thời gian

ግዜ

bây giờ

ሕጂ

đồng hồ điện tử

ዲጊታል ሰዓት

phút

ደቒቖ

giờ

ሰዓት

tuần lễ

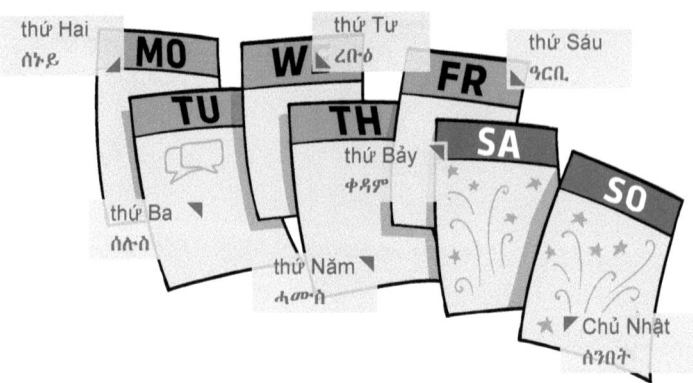

thứ Hai ሰኑይ
thứ Tư ረቡዕ
thứ Sáu ዓርቢ
thứ Ba ሰሉስ
thứ Bảy ቀዳም
thứ Năm ሐሙስ
Chủ Nhật ሰንበት

hôm qua
ትማሊ.

hôm nay
ሎሚ.

ngày mai
ጽባሕ

buổi sáng
ንጉሆ

buổi trưa
ቀትሪ

buổi tối
ምሽት

MO	TU	WE	TH	FR	SA	SU
1	2	3	4	5	6	7
8	9	10	11	12	13	14
15	16	17	18	19	20	21
22	23	24	25	26	27	28
29	30	31	1	2	3	4

ngày làm việc
መዓልታት ስራሕ

MO	TU	WE	TH	FR	SA	SU
1	2	3	4	5	6	7
8	9	10	11	12	13	14
15	16	17	18	19	20	21
22	23	24	25	26	27	28
29	30	31	1	2	3	4

cuối tuần
መወዳእታ ሰሙን

mưa
ዝናብ

cầu vồng
ቀስተ-ደመና

gió
ንፋስ

tuyết
በረድ

mùa xuân
ጽድያ

mùa hè
ሓጋይ

mùa thu
ቀውዒ

mùa đông
ክረምቲ

4.APRIL	11°	☀
5.APRIL	4°	❄
6.APRIL	13°	☂
7.APRIL	8°	❄
8.APRIL	10°	☀

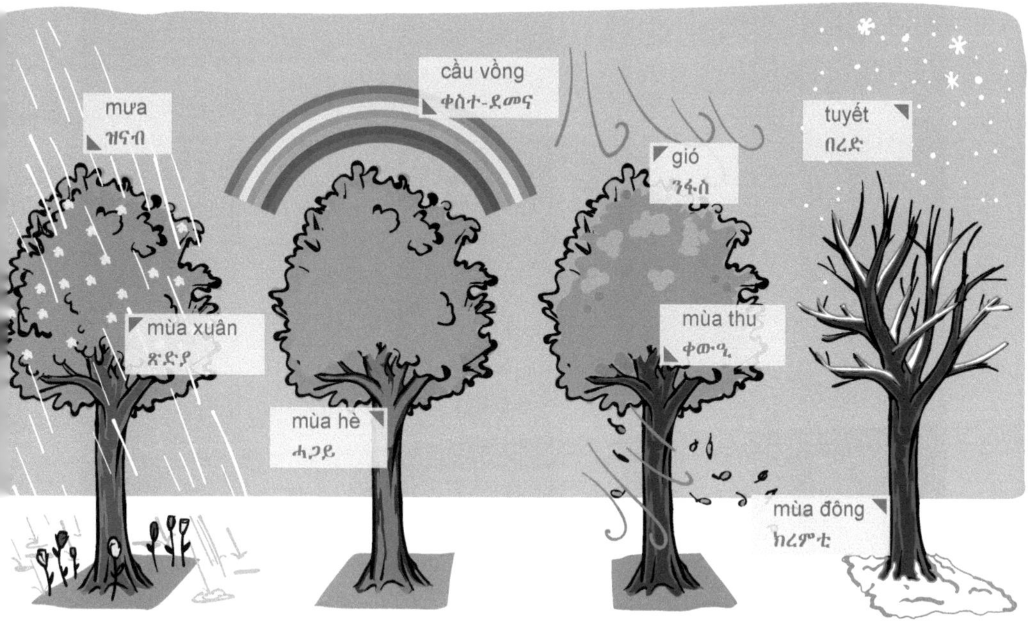

dự báo thời tiết

ትንቢት ኩነታት ኣየር

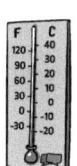

nhiệt kế

ቴርሞመተር

ánh nắng

ብርሃን ጸሓይ

mây

ደበና

sương mù

ግመ

độ ẩm không khí

ጠሊ

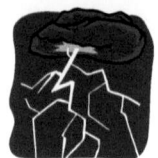

tía chớp

ብርቂ

sấm sét

ነጕዳ

cơn bão

ሀቦብላ

mưa đá

በረድ

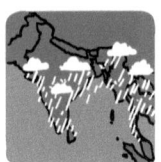

gió mùa

ብርቱዕ ሀቦብላ

lũ lụt

ውሕጅ

nước đá

በረድ

tháng Một

ጥሪ

tháng Hai

ለካቲት

tháng Ba

መጋቢት

tháng Tư

ሚያዝያ

tháng Năm

ጉንበት

tháng Sáu

ሰነ

tháng Bảy

ሓምለ

tháng Tám

ነሓሰ

tháng Chín

መስከረም

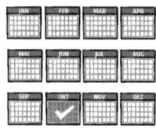

tháng Mười

ጥቅምቲ

tháng Mười Một

ሕዳር

tháng Mười Hai

ታሕሳስ

hình dạng

ቅርጻታት

hình tròn

ዙርያ

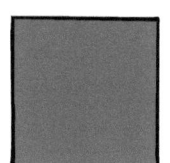

hình vuông

ትርብዒት

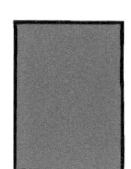

hình chữ nhật

ቅኑዕ ርቡዕ ኩርናዕ

hình tam giác

ስሉስ ኩርናዕ

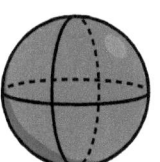

hình cầu

ክቢ

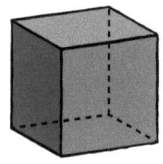

khối vuông

ኩቦ

màu trắng

ጻዕዳ

màu vàng

ብጫ

màu cam

ኣራንሺ.

màu hồng

ፒንክ

màu đỏ

ቀይሕ

màu tím

ጁኽ

màu xanh dương

ሰማያዊ

màu xanh lá cây

ቀጠልያ

màu nâu

ቡናዊ

màu xám

ሓሙኽሽታይ

màu đen

ጸሊም

nhiều / ít

ብዙሕ / ውሑድ

tức tối / điềm tĩnh

ሕሩቕ / ሰላማዊ

xinh đẹp / xấu xí

ጽቡቕ / ክፉእ

bắt đầu / kết thúc

መጀመርያ / መወዳእታ

to / nhỏ

ዓቢ / ንእሽቶ

sáng / tối

ብሩህ / ጸልማት

anh (em) trai / chị (em) gái

ሓው / ሓፍት

sạch / bẩn

ጽሩይ / ርሳሕ

đủ / thiếu

ምሉእ / ዘይምሉእ

ngày / đêm

መዓልቲ / ለይቲ

chết / sống

ሙዉት / ህልው

rộng / chật hẹp

ሰፊሕ / ጸቢብ

ăn được / không ăn được

ደስ ዘበል / ደስ ዘይብል

ác / tử tế

እኩይ / ህያዋይ

hào hứng / chán nản

ርቡጽ / ስልኩይ

béo / gầy

ረጊድ / ቀጢን

đầu tiên / cuối cùng

ቀዳማይ / ናይ መወዳእታ

bạn / thù

ዓርኪ / ጸላኢ

đầy / rỗng

ምሉእ / ባዶ

cứng / mềm

ተሪር / ልስሉስ

nặng / nhẹ

ከቢድ / ፈኩስ

đói / khát

ጥምየት / ጽምየት

bệnh / khỏe mạnh

ሕሙም / ጥዑይ

bất hợp pháp / hợp pháp

ዘይሕጋዊ / ሕጋዊ

thông minh / ngu

መስተውዓሊ / ስዲ

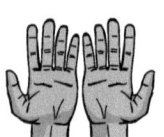

trái / phải

ጸጋም / የማን

gần / xa

ቀረባ / ርሑቕ

mới / cũ

ሓዲሽ / ብሉይ

không có gì cả / có cái gì đó

ዋላ ሓደ / ገለ

già / trẻ

ዓቢ./ኣረጊት / መንእሰይ

bật / tắc

ወልዕ / ኣጥፍእ

mở / đóng

ክፉት / ዕጹው

im lặng / ồn ào

ህዱእ / ዓው

giàu / nghèo

ሃብታም / ድኻ

đúng / sai

ቅኑዕ / ግጉይ

sần sùi / mịn màng

ሓርፋፍ / ልሙጽ

buồn / vui

ጉሁይ / ሕጉስ

ngắn / dài

ሓጺር / ነዊሕ

chậm / nhanh

ቀስ / ቅልጡፍ

ẩm ướt / khô ráo

ጥሉል / ንቑጽ

ấm áp / mát mẻ

ምዉቕ / ዝሑል

chiến tranh / hòa bình

ውግእ / ሰላም

0

só không

ዜሮ

1

một

ሓደ

2

hai

ክልተ

3

ba

ሰለስተ

4

bốn

አርባዕተ

5

năm

ሓሙሽተ

6

sáu

ሽዱሽተ

7

bảy

ሸውዓተ

8

tám

ሸሞንተ

9

chín

ትሽዓተ

10

mười

ዓሰርተ

11

mười một

ዓሰርተ ሓደ

12

mười hai

ዓሰርተ ክልተ

13

mười ba

ዓሰርተ ሰለስተ

14

mười bốn

ዓሰርተ ኣርባዕተ

15

mười lăm

ዓሰርተ ሓሙሽተ

16

mười sáu

ዓሰርተ ሽዱሽተ

17

mười bảy

ዓሰርተ ሸውዓተ

18

mười tám

ዓሰርተ ሸሞንተ

19

mười chín

ዓሰርተ ትሽዓተ

20

hai mươi

ዕስራ

100

một trăm

ሚእቲ

1.000

một ngàn

ሽሕ

1.000.000

một triệu

ሚልዮን

con số - ቁጽርታት

tiếng Anh

እንግሊዝኛ

tiếng Anh Mỹ

አመሪካዊ እንግሊዛዊ

tiếng Quan Thoại

ቻይናዊ ማንዳሪን

tiếng Hin-di

ሂንዳዊ

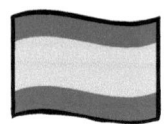

tiếng Tây Ban Nha

እስጳኛዊ

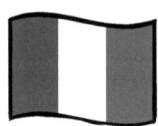

tiếng Pháp

ፈረንሳዊ

tiếng Ả-rập

ዓረባዊ

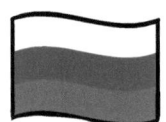

tiếng Nga

ሩሲያዊ

tiếng Bồ Đào Nha

ፖርቱጋላዊ

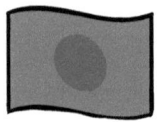

tiếng Bengal

በንጋሊ

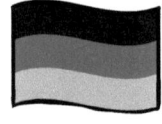

tiếng Đức

ጀርመናዊ

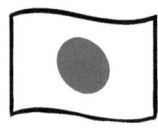

tiếng Nhật

ጃፓናዊ

tôi

ኣነ

bạn

ንስኻ/ኺ.

anh ta / cô ta / nó

ንሱ / ንሳ / ንሱ

chúng tôi

ንሕና

các bạn

ንስኻ

họ

ንሳቶም

ai?

መን?

cái gì?

እንታይ?

như thế nào?

ከመይ?

ở đâu?

ኣበይ?

lúc nào?

መዓስ?

tên

ሽም

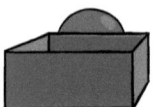

phía sau

ድሕሪ

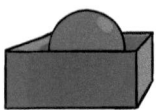

ở trong

አብ

phía trước

አብ ቅድሚ

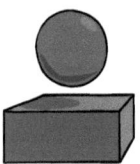

phía trên

አብ ላዕሊ

ở trên

አብ ልዕሊ

ở dưới

ትሕቲ ምድሪ

bên cạnh

አብ ጥቓ

ở giữa

አብ መንጎ

chỗ

ቦታ